skola - ilé-ìwé	2
ceļojums - ìrìn àjò	5
transports - ọkọ̀	8
pilsēta - ìlú	10
ainava - ẹlẹ́bùú	14
restorāns - ilé oúnjẹ	17
lielveikals - ibi ìtajà	20
dzērieni - ohun mímu	22
ēdiens - oúnjẹ	23
zemnieku saimniecība - oko	27
māja - ilé	31
viesistaba - yàrá ìgbé	33
virtuve - ilé ìdáná	35
vannas istaba - ilé ìwẹ̀	38
bērnu istaba - yàrá ọmọdé	42
apģērbs - aṣọ	44
birojs - ọfisi	49
ekonomika - ọrọ̀ ajé	51
profesijas - àwọn iṣẹ́ ààyò	53
instrumenti - àwọn irinṣẹ́	56
mūzikas instrumenti - àwọn irinṣẹ́ orin	57
zooloģiskais dārzs - ibi ẹranko	59
sports - àwọn eré ìdárayá	62
darbības - àwọn iṣẹ́	63
ģimene - ẹbí	67
ķermenis - ara	68
slimnīca - ilé ìwòsàn	72
ārkārtas gadījums - pàjáwìrì	76
zeme - Ayé	77
pulkstenis - aago	79
nedēļa - ọ̀sẹ̀	80
gads - ọdún	81
formas - àwọn ìrísí	83
krāsas - àwọn àwọ̀	84
pretstati - òdì	85
skaitļi - nọ́mbà	88
Valodas - àwọn èdè	90
kas / ko / kā - tani / kínni / báwo	91
kur - níbo	92

Impressum
Verlag: BABADADA GmbH, Nedderfeld 112 , 22529 Hamburg
Geschäftsführer / Verlagsleitung: Harald Hof
Druck: Books on Demand GmbH, In de Tarpen 42, 22848 Norderstedt

Imprint
Publisher: BABADADA GmbH, Nedderfeld 112 , 22529 Hamburg, Germany
Managing Director / Publishing direction: Harald Hof
Print: Books on Demand GmbH, In de Tarpen 42, 22848 Norderstedt

skola
ilé-ìwé

- klases telpa / yàrá ìkàwé
- dalīt / pínpín
- tāfele / pẹpẹ
- skolas pagalms / yáàdì ilé-ìwé
- skolotājs / olùkọ́
- papīrs / pépà
- rakstīt / kọ̀wé
- pildspalva / kálàmù
- rakstāmgalds / dẹsiki
- lineāls / rúlà
- grāmata / ìwé
- skolēns / akẹ́kọ̀ọ́

skolas soma
ọ̀rá

penālis
àpò pẹnsuru

zīmulis
pẹnsuru

zīmuļu asināmais
olùgbẹ́ pẹnsuru

dzēšgumija
rọ́bà

zīmēšanas bloks
bọ́tìnnì yíyàwòrán

zīmējums
yíyàròwán

ota
burọṣi ọ̀dà

krāsas
àpótí ọdà

šķēres
sisọsi

līme
gúlù

darba burtnīca
ìwé iṣẹ́

mājas darbs
iṣẹ́ àmúrelé

skaitlis
nọ́mbà

saskaitīt
àfikún

atņemt
àyọkúrò

reizināt
ìsọdipúpọ̀

rēķināt
ṣírò

burts
lẹ́tà

alfabēts
alábídí

vārds
ọ̀rọ̀ sísọ

skola - ilé-ìwé

teksts / ọrọ̀ kíkọ

lasīt / kàwé

krīts / ṣọ́ọ̀kì

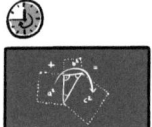  

mācību stunda / ìkẹ́kọ̀ọ́

žurnāls / forúkọsílẹ̀

eksāmens / ìdánwò

liecība / ìwé-ẹ̀rí

skolas forma / aṣọ ilé-ìwé

izglītība / ẹ̀kọ́

enciklopēdija / ìwé ìmọ̀

universitāte / yunifasiti

mikroskops / ẹ̀rọ gbohùngbohùn

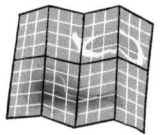 

karte / àwòrán àgbáyé

papīrgrozs / agbọ̀n ìdalẹ̀nù

skola - ilé-ìwé

ceļojums
ìrìn àjò

viesnīca
ilé ìtura

hostelis
ibùgbé akẹ́kọ̀ọ́

valūtas maiņas punkts
ibi ìpààrọ̀ owó

čemodāns
àpótí ọwọ́

automašīna
ọkọ̀ ayọ́kẹ́lẹ́

Valoda
èdè

jā / nē
bẹ́ẹ̀ni / bẹ́ẹ̀kọ́

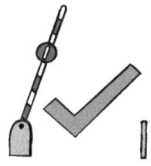

Okay
Ó dára

Sveiki!
ẹpẹ̀lẹ́

tulks
olùtúmọ̀ èdè

paldies
O ṣeun

ceļojums - ìrìn àjò

Cik maksā...?	Es nesaprotu	problēma
èló ni...?	Kò yé mi	ìṣòro

Labvakar!	Labrīt!	Ar labu nakti!
Ẹ káalẹ́!	Ẹ kaarọ!	Ẹ káalẹ́!

Uz redzēšanos	virziens	bagāža
ódìgbà	ìtọ́ni	ẹrù-ẹni

soma	mugursoma	viesis
báàgì	àpò ẹ̀yìn	àlejò

istaba	guļammaiss	telts
yàrá	báàgì ibùsùn	àgọ́

ceļojums - ìrìn àjò

tūrisma informācija
àlàyé arìnrìn àjò

pludmale
òkun

kredītkarte
káàdì arópò owó

brokastis
oúnję ààrọ̀

pusdienas
oúnję ọ̀sán

vakariņas
oúnję alẹ́

biļete
tikęti

lifts
ìgbésókè

pastmarka
èdìdí

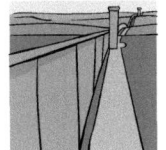
robeža
àlà

muita
àwọn àṣà

vēstniecība
ibi iwé ìrìnà

vīza
fisa

pase
iwé ìrìnà

ceļojums - ìrìn àjò

transports
ọkọ̀

lidmašīna
ọkọ̀ òfurufú
kuģis
ọkọ̀ ojú omi
ugunsdzēsēju mašīna
èrọ iná
autobuss
ọkọ̀ èrò
kravas automašīna
tanlẹsẹ
motorlaiva
ọkọ̀ omi
velosipēds
kẹ̀kẹ́
automašīna
ọkọ̀ ayọ́kẹ́lẹ́

prāmis

ọpán

laiva

ọpọ́n ojú omi

motocikls

atapùpù

policijas automašīna

ọkọ̀ ọlọ́pàá

sacīkšu automobilis

ọkọ̀ ìsáré

nomas auto

ọkọ̀ yíyá

auto koplietošana	evakuators	atkritumu mašīna
àpínlò ọkọ̀	ìgbọ́kọ̀	ọkọ̀ dída ilẹ̀ nù

dzinējs	benzīns	degvielas uzpildes stacija
manto	epo	ilé epo

 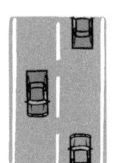 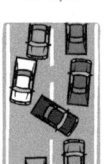

ceļa zīme	satiksme	sastrēgums
àmì ìwakọ̀	ìwakọ̀	súnkẹrẹ

stāvvieta	dzelzceļa stacija	sliedes
ibi ìgbọ́kọ̀sí	ibùdókọ̀ ojú irin	àwọn òpópó

 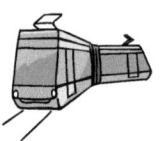 

vilciens	tramvajs	vagons
ọkọ̀ ojú irin	ọkọ̀ ori ilẹ̀	ẹrù

transports - ọkọ̀

helikopters
ẹlikọputa

lidosta
ibùdókọ̀ òfurufú

tornis
òpó

pasažieris
èrò

konteiners
ibi ìpamọ́

kaste
katun

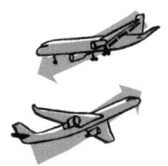

ratiņi
apẹ̀rẹ̀

grozs
agbọ̀n

pacelties / nosēsties
gbéra / balẹ̀

pilsēta
ìlú

ciems
abúlé

pilsētas centrs
àárín ìlú

māja
ilé

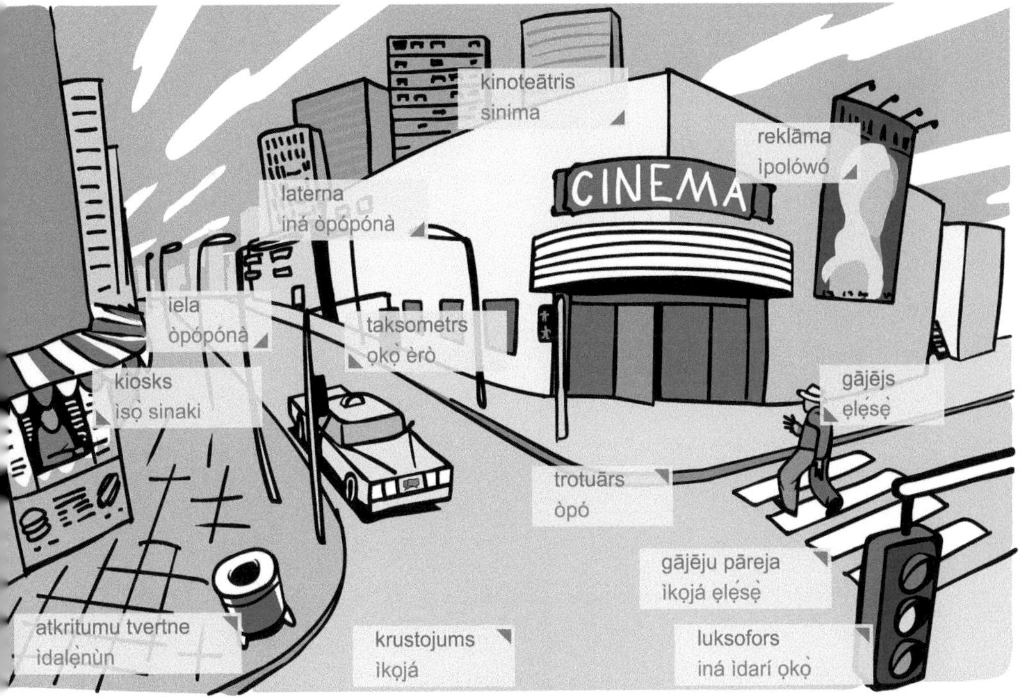

būda
abà

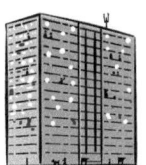
dzīvoklis
filati

dzelzceļa stacija
ibùdókọ̀ ojú irin

rātsnams
ojúde

muzejs
musiọmu

skola
ilé-ìwé

pilsēta - ìlú

universitāte

yunifasiti

banka

ilé ìfowópamọ́

slimnīca

ilé ìwòsàn

viesnīca

ilé ìtura

aptieka

olùta ògùn

birojs

ọfisi

grāmatnīca

ìsọ̀ ìwé

veikals

ìsọ̀

ziedu veikals

òdòdó

lielveikals

ibi ìtajà

tirgus

ọjà

tirdzniecības centrs

ibi ẹ̀ka iṣẹ́

zivju tirgotājs

ibi ẹja

tirdzniecības centrs

ibi ìrajà

osta

bèbè omi

parks
ibi ìgbafẹ́

sols
àga

tilts
afárá

kāpnes
àgàsọ

metro
abẹ́ ilẹ̀

tunelis
ihò ilẹ̀

autobusa pieturvieta
ibùdókọ̀

bārs
ilé ọtí

restorāns
ilé oúnjẹ

pastkastīte
àpótí ìfìwéránṣẹ́

ielas nosaukuma plāksne
àmì òpópónà

stāvlaika skaitītājs
mita ìgbọ́kọ̀sí

zooloģiskais dārzs
ibi ẹranko

peldbaseins
ibi ìwẹ̀

mošeja
mọ́ṣáláṣí

pilsēta - ìlú

zemnieku saimniecība
oko

vides piesārņojums
idọ̀tí

kapsēta
ibi ìsìnkú

baznīca
ilé ìjọsin

spēļu laukums
ibi ìṣeré

templis
tẹmpili

ainava
ẹlẹ́bùú

- lapa — ewé
- ceļrādis — ajúwe
- ceļš — ọnà
- pļava — ilẹ̀ koríko
- akmens — òkúta
- koks — igi
- ceļotājs — olùrìn
- upe — odò
- zāle — kóriko
- puķe — òdòdó

ainava - ẹlẹ́bùú

 ieleja kòtò	 kalns òkè	 ezers adágún omi
 mežs aginjù	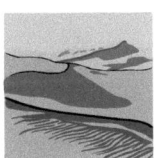 tuksnesis aṣálẹ̀	 vulkāns ilẹ̀ ríru
 pils ibùgbé	 varavīksne òṣùmàrè	 sēne esun
 palma ọ̀pẹ	 moskīts ẹ̀fọn	 muša eṣinṣin
 skudra kòkòrò	 bite oyin	 zirneklis alantakun

ainava - ẹlẹ́bùú

vabole
làbọnlàbọn

varde
ọ̀pọ̀lọ́

vāvere
ọ̀kẹ́rẹ́ ńlá

ezis
sẹsẹ́

zaķis
ọ̀kẹ́rẹ́

pūce
òwiwí

putns
ẹyẹ

gulbis
pẹ́pẹ́yẹ ńlá

meža cūka
ẹlẹ́dẹ́ igbó

briedis
àgbọ̀nrín

alnis
àgbọ̀nrín ńlá

aizsprosts
adágún

vēja ģenerators
ọ̀pá afẹ́fẹ́

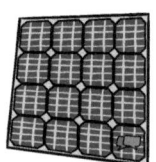

saules baterija
panẹ̀ẹ̀lì òrùn

klimats
ojú-ọjọ́

ainava - ẹlẹ́bùú

restorāns
ilé oúnję

viesmīlis
agbóunję

ēdienkarte
àkọsílẹ̀ oúnję

krēsls
àga

zupa
obẹ

pica
pisa

galda piederumi
ọbẹ

galdauts
aṣọ tábìlì

uzkoda
ìpanu

pamatēdiens
oúnję gangan

deserts
ìpanu lẹ́yin oúnję

dzērieni
ohun mímu

ēdiens
oúnję

pudele
ìgò

ātrās uzkodas
oúnjẹ kíá

ielu uzkodas
oúnjẹ òpópónà

tējkanna
abọ́ tii

cukurtrauks
abọ́ ṣúgà

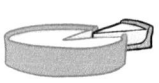

porcija
ìpín

espresso kafijas automāts
ẹ̀rọ ẹsipirẹso

bāra krēsls
àga gíga

rēķins
ináwó oṣoṣù

paplāte
tire

nazis
ọbẹ

dakša
fọ́ọ̀kì

karote
ṣíbí

tējkarote
ṣíbí tii

salvete
pépà ìnuwọ́

glāze
gilasi

restorāns - ilé oúnjẹ

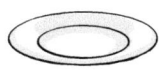 šķīvis
abọ

 zupas šķīvis
abọ ọbẹ̀

 apakštase
pẹlẹbẹ

 mērce
ọbẹ̀

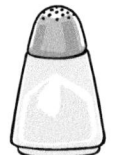 sāls trauciņš
kòkò iyọ

 piparu dzirnaviņas
ilọta

 etiķis
fẹniga

 eļļa
òróró

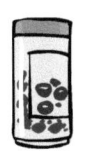 garšvielas
èròjà

 kečups
kẹsọpu

 sinepes
mọsitadi

 majonēze
mayonesi

restorāns - ilé oúnjẹ

lielveikals

ibi ìtajà

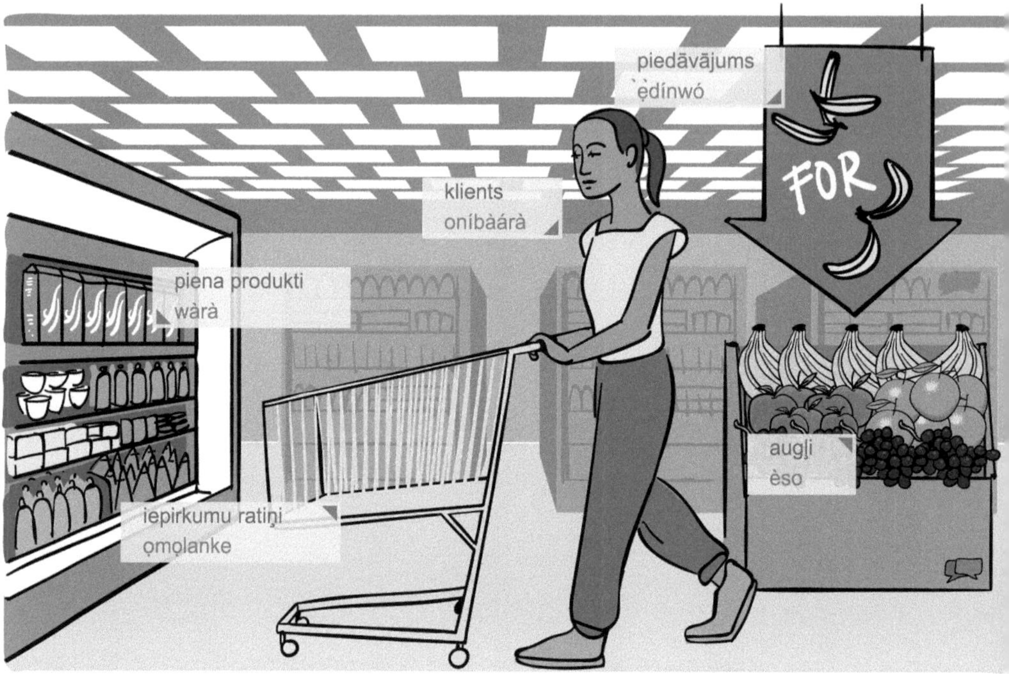

piedāvājums
ẹ̀dínwó
klients
oníbàárà
piena produkti
wàrà
augļi
èso
iepirkumu ratiņi
ọmọlanke
FOR

BUTCHERS

kautuve

alápatà

BAKERY

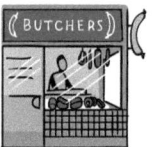

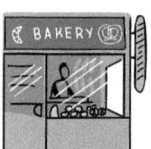

maizes veikals

beka

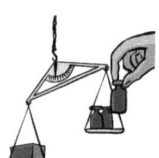

svērt

wọ̀n

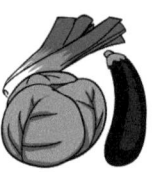

dārzeņi

ewébẹ̀

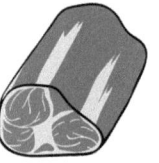

gaļa

ẹran

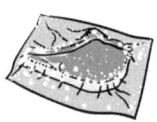

saldēti produkti

oúnjẹ dídì

aukstās gaļas uzkodas	konservi	pulveris
ẹran tútù	oúnjẹ agolo	ọṣẹ ìfọṣọ

saldumi	mājsaimniecības preces	tīrīšanas līdzeklis
àdíndùn	àgbéjáde ẹbí	ohun ìtọ́jú

pārdevēja	kase	kasieris
olùtajà	tili	akawó

iepirkumu saraksts	darba laiks	maks
àkójọ ìrajà	wákàtí ibẹ̀rẹ̀	ìpamọ́

kredītkarte	soma	maisiņš
káàdì arópò owó	báàgì	báàgì ọrá

lielveikals - ibi ìtajà

dzērieni
ohun mímu

ūdens / omi
sula / omi èso
piens / wàrá

kola / koki
vīns / waini
alus / bia

alkohols / ọtí líle
kakao / kòkó
tēja / tii

kafija / kọfí
espresso / ẹsipirẹso
kapučīno / kapusino

ēdiens
oúnjẹ

banāns · ābols · apelsīns
ọ̀gẹ̀dẹ̀ · apu · ọsàn

melone · citrons · burkāns
ẹ̀gúsí · òronbò · karọti

ķiploks · bambuss · sīpols
galiki · ọparun · àlùbọ́sà

sēne · rieksti · makaroni
esun · ẹ̀pà · nodu

spageti	rīsi	salāti
sipajęti	irẹsì	saladi

frī kartupeļi	cepti kartupeļi	pica
ipanu	ànàmọ́ díndín	pisa

hamburgers	sviestmaize	šnicele
bọ́gà	sanwiṣi	ẹran sísun

šķiņķis	salami	desa
ẹsẹ̀ ẹlẹ́dẹ̀	salami	sọseji

vista	cepetis	zivs
ẹran ẹdiyẹ	sun	ẹja

ēdiens - oúnjẹ

auzu pārslas
oti pọreji

muslis
musẹli

brokastu pārslas
confulakisi

milti
ìyẹfun

radziņš
kirosanti

brokastu maizītes
rolu búrẹ̀dì

maize
burẹdi

tostermaize
dín

cepumi
bisikiti

sviests
bọ́tà

biezpiens
kọdu

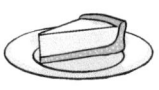

kūka
keki

ola
ẹyin

cepta ola
ẹyin díndín

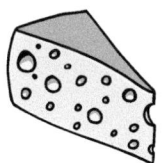

siers
ṣiṣi

ēdiens - oúnjẹ

saldējums	cukurs	medus
aisi kirimu	ṣúgà	oyin

marmelāde	riekstu krēms	karijs
jamu	àfira ṣokoleti	kọri

ēdiens - oúnjẹ

zemnieku saimniecība
oko

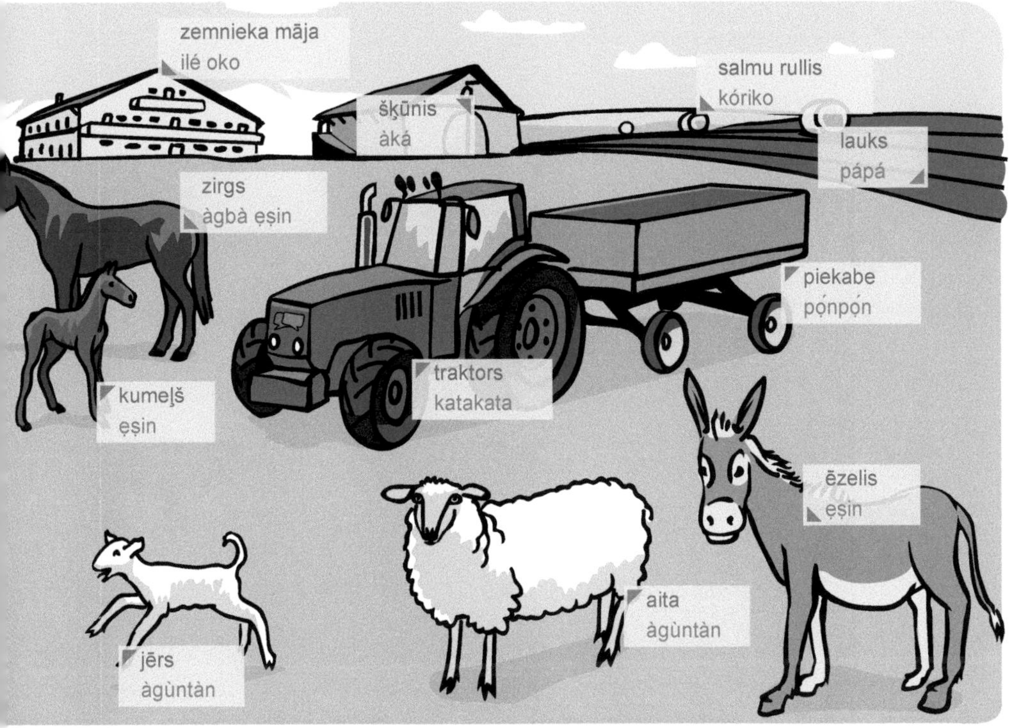

- zemnieka māja / ilé oko
- šķūnis / àká
- salmu rullis / kóriko
- lauks / pápá
- zirgs / àgbà ẹṣin
- piekabe / pọ́npọ́n
- kumeļš / ẹṣin
- traktors / katakata
- ēzelis / ẹṣin
- jērs / àgùntàn
- aita / àgùntàn

kaza
ewúrẹ́

govs
máàlù

teļš
ọdọ́ àgùntàn

cūka
ẹlẹ́dẹ̀

sivēns
ọmọ ẹlẹ́dẹ̀

bullis
àgbò

zoss
ọmọ pẹ́pẹ́yẹ

pīle
pẹ́pẹ́yẹ

cālis
ọmọ adìyẹ

vista
adìyẹ

gailis
àkùkọ

žurka
èkúté

kaķis
olóngbò

pele
eku

vērsis
kẹ́tẹ́ḱẹtẹ́

suns
ajá

suņa būda
ilé ajá

dārza šļūtene
ọ̀pá ọgbà

lejkanna
abọ́ omi

izkapts
scythe

arkls
ọkọ́ irúgbìn

zemnieku saimniecība - oko

sirpis
abẹ oko

kaplis
ọkọ́

mēslu dakša
irinṣẹ́ kóriko

cirvis
àáké

ķerra
wilibaro

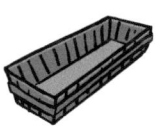
sile
àgbá

piena kanna
abọ́ wàrà

maiss
àpò

žogs
ògiri

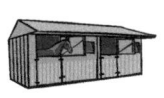
kūts
pẹpẹ oko

siltumnīca
ibi ìdáko

augsne
ilẹ̀

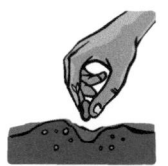
sēklas
irúgbìn

mēslojums
ajílẹ̀

kombains
àkópọ̀ olùkórè

zemnieku saimniecība - oko

novākt ražu
ìkórè

raža
ìkórè

jamss
iṣu

kvieši
bàbà

soja
soya

kartupelis
ànàmọ́

kukurūza
àgbàdo

rapsis
irúgbìn rapu

augļu koks
igi èso

manioka
ẹ̀gẹ́

labība
jéró

māja
ilé

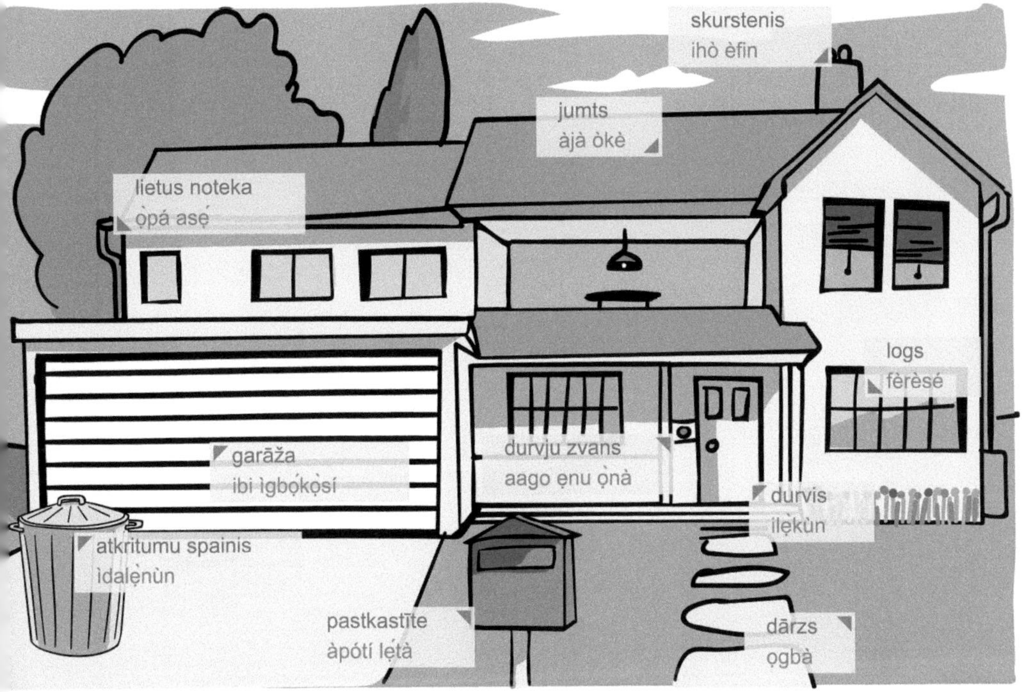

skurstenis
ihò èfin

jumts
àjà òkè

lietus noteka
òpá asẹ́

logs
fèrèsé

garāža
ibi ìgbọ́kọ̀sí

durvju zvans
aago ẹnu ọ̀nà

durvis
ilẹ̀kùn

atkritumu spainis
ìdalẹ̀nùn

pastkastīte
àpótí lẹ́tà

dārzs
ọgbà

viesistaba
yàrá ìgbé

vannas istaba
ilé ìwẹ̀

virtuve
ilé ìdáná

guḷamistaba
yàrá ìbùsùn

bērnu istaba
yàrá ọmọdé

ēdamistaba
yàrá ìjẹun

māja - ilé

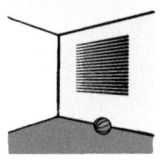
grīda
ilẹ̀

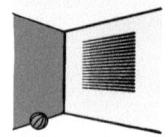
siena
ògiri ilé

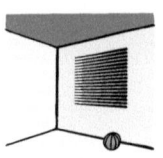
griesti
àjà

pagrabs
sẹla

sauna
sauna

balkons
ọdẹdẹ

terase
ọ̀nà

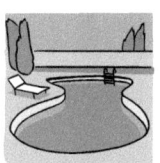
baseins
ibi ìwẹ̀

zāles pļāvējs
ẹrọ ìgékó

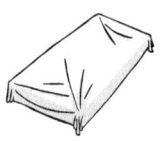
gultas veļa
ojú-ewé

sega
aṣọ orí ibùsùn

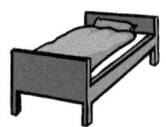
gulta
ibùsùn

slota
ọwọ̀

spainis
garawa

slēdzis
yípo

32　　　　　　　　　māja - ilé

viesistaba
yàrá ìgbé

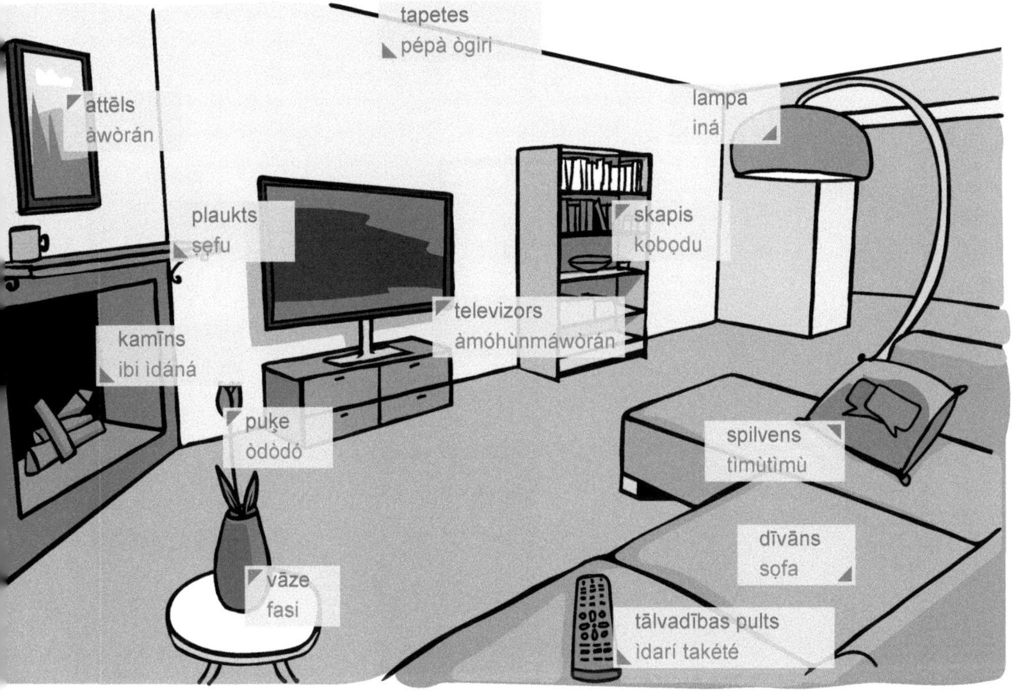

- tapetes / pépà ògiri
- attēls / àwòrán
- lampa / iná
- plaukts / ṣẹ́fù
- skapis / kọ́bọ́dù
- kamīns / ibi ìdáná
- televizors / àmóhùnmáwòrán
- puķe / òdòdó
- spilvens / tìmùtìmù
- vāze / fásí
- dīvāns / sọ́fà
- tālvadības pults / idarí takété

paklājs
kapẹ̀tì

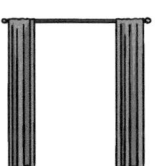

aizkars
kọ́tìnì

galds
tábìlì

krēsls
àga

šūpuļkrēsls
àga amìtìtì

atpūtas krēsls
àga ọlọ́wọ́

grāmata
iwé

sega
aṣọ ìbora

dekorācija
ọ̀ṣọ́

malka
igi idáná

filma
fíìmù

mūzikas centrs
irinṣẹ hi-fi

atslēga
kọ́kọ́rọ́

avīze
ìwé ìròyìn

glezna
kíkunlé

plakāts
àlẹ̀mọ́

radio
redio

pierakstu blociņš
ìkọ̀wé

putekļu sūcējs
ufa

kaktuss
kakitọsi

svece
àbẹ́là

viesistaba - yàrá ìgbé

virtuve
ilé ìdáná

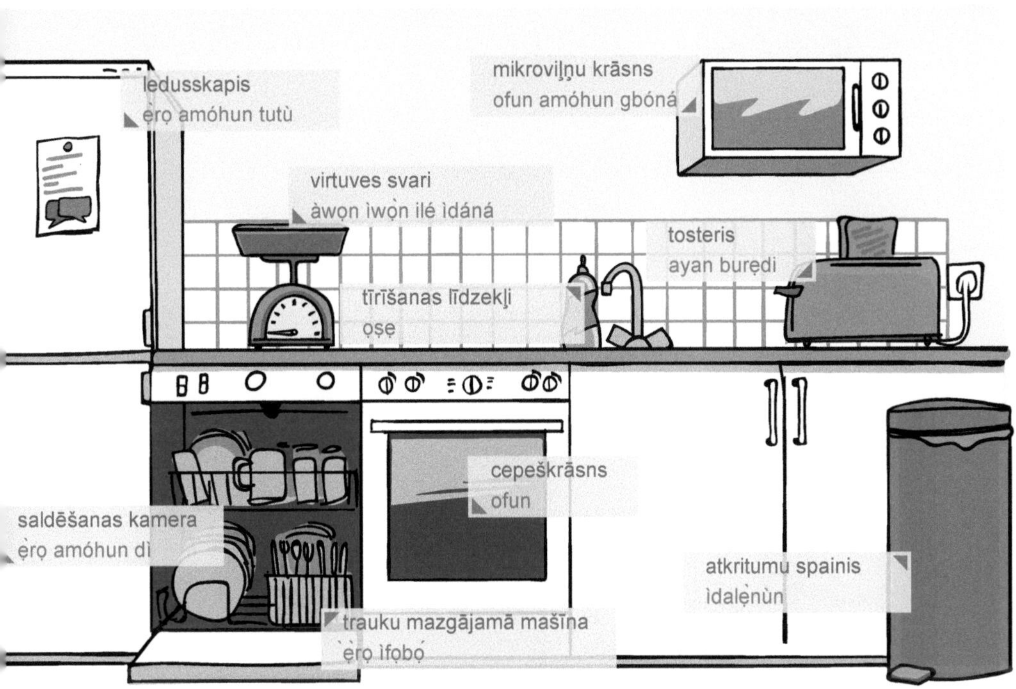

- ledusskapis — ẹrọ amóhun tùtù
- mikroviļņu krāsns — ofun amóhun gbóná
- virtuves svari — àwọn ìwọn ilé ìdáná
- tīrīšanas līdzekļi — ọṣẹ
- tosteris — ayan burẹdi
- saldēšanas kamera — ẹrọ amóhun dì
- cepeškrāsns — ofun
- atkritumu spainis — ìdalẹ̀nùn
- trauku mazgājamā mašīna — ẹrọ ìfọbọ́

plīts
ìdáná

pods
ìṣasun

katls
ìṣasun irin

Wok panna
wok / kadai

panna
panu

elektriskā tējkanna
kẹturu

tvaika katls
amoru

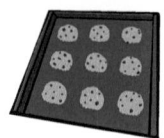
cepešpanna
pẹpẹ ìdáná

trauki
dídáná

krūze
ife gilasi

bḷoda
àdému

irbulīši
igi ijẹun

kauss
ladu

lāpstiņa
ṣíbí kòtò

putošanas slotiņa
wisiki

sietiņš
sitirena

siets
asẹ́

rīve
gireta

piesta
odó

grilēt
àsun

atklāts pavards
ibi ìdáná

virtuve - ilé ìdáná

dēlis
pẹpẹ gígẹ́

mīklas rullis
igi ìlọ̀

korķu vilķis
kọkisukuru

bundža
agolo

konservu nazis
olùṣí agolo

virtuves cimdi
àdìmú iṣasun

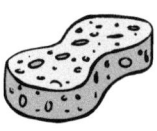

izlietne
kòtò

birste
burọṣi

sūklis
kaninkanin

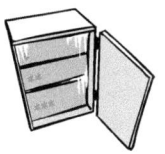

mikseris
ẹ̀rọ ìlọta

saldētava
ẹ̀rọ amóhun dì oníkòtò

bērna pudelīte
ohun ìjẹun ọmọdé

ūdenskrāns
ẹnu ẹ̀rọ omi

virtuve - ilé ìdáná

vannas istaba
ilé ìwẹ̀

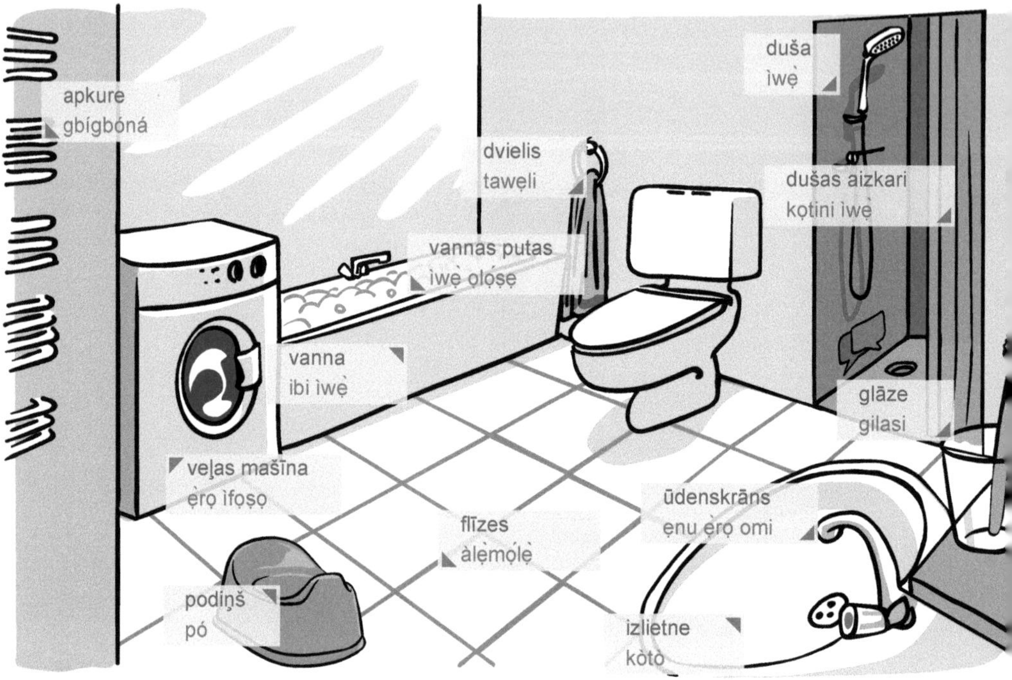

apkure
gbígbóná

dvielis
taweli

duša
ìwẹ̀

dušas aizkari
kọtini iwẹ

vannas putas
ìwẹ olóṣẹ

vanna
ibi ìwẹ

glāze
gilasi

veļas mašīna
ẹrọ ìfọṣọ

flīzes
àlẹ̀mọ́lẹ̀

ūdenskrāns
ẹnu ẹrọ omi

podiņš
pó

izlietne
kòtò

tualetes pods

ibi ìyàgbẹ́

Āzijas tipa tualete

ibi ṣálángá

bidē

bidẹti

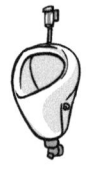

pisuārs

títọ̀

tualetes papīs

pépa ibi ìyàgbẹ́

tualetes birste

burọṣi ibi ìyàgbẹ́

zobu birste
igi ifọnu

zobu pasta
ọṣẹ ifọnu

zobu diegs
filọsi eyin

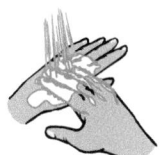
mazgāt
fọṣọ

rokas duša
ìwẹ̀ ọlọ́wọ́

duša
doṣi

bļoda
basin

muguras mazgāšanas birste
burọṣi ẹ̀yìn

ziepes
ọṣẹ

dušas želeja
gẹli iwẹ̀

šampūns
ọ̀ṣẹ irun

mazgāšanas drāna
filanẹni

noteka
sẹ́

krēms
ìpara

dezodorants
olóòrùn dídún

vannas istaba - ilé ìwẹ̀

spogulis
dingi

spogulītis
díngi ọwọ́

skuveklis
abẹ

skūšanās putas
fomu ifárungbọ̀n

losjons pēc skūšanās
lẹ́yin ifarungbọ̀n

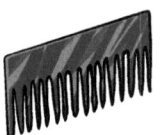

ķemme
iyarun

matu suka
burọṣì

matu fēns
agbẹrun

matu laka
ìparun

grima komplekts
ìmúra

lūpu krāsa
ìtọ́tè

nagulaka
fanịṣi èkaná

vate
òwú

šķērītes
sisọsi èkaná

smaržas
pafumu

kosmētikas maks	ķeblītis	svari
báàgì ìwẹ̀	àga	ìwọ̀n

 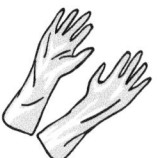 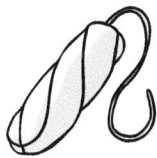

halāts	tīrīšanas cimdi	tampons
òkùn ìwẹ̀	ìbọ̀wọ́ rọ́bà	tampun

 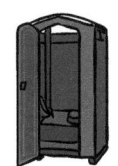

pakete	ķīmiskā tualete
ìnuwọ́	ṣálángá kẹmika

vannas istaba - ilé ìwẹ̀

bērnu istaba
yàrá ọmọdé

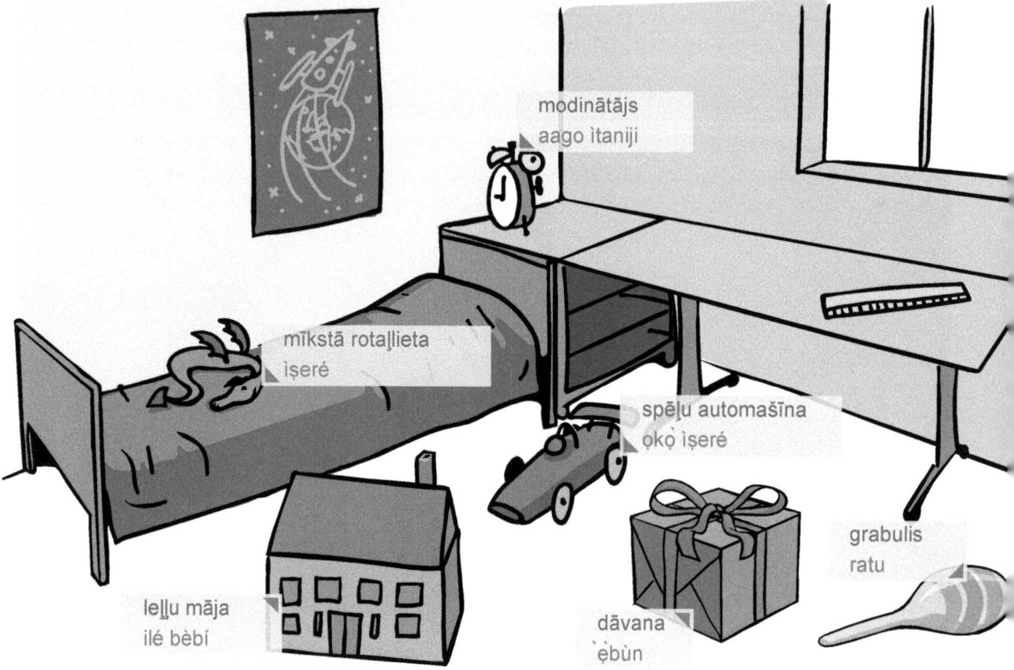

modinātājs
aago ìtaniji

mīkstā rotaļlieta
ìṣeré

spēļu automašīna
ọkọ̀ ìṣeré

leļļu māja
ilé bèbí

dāvana
ẹ̀bùn

grabulis ratu

balons
fèrè

gulta
ibùsùn

bērnu ratiņi
ìgbọ́mọ

kārtis
àpapọ̀ káàdì

puzle
ayùn

komikss
àwàdà

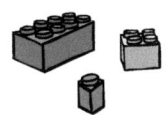
LEGO klucīši
àwọn biriki

klucīši
ohun ìṣeré

varoņu figūra
figọ ìṣe

rāpulītis
ìdàgbàsókè

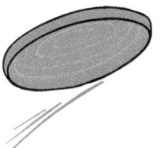
lidojošais šķīvītis
firisibi

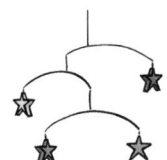
muzikālais karuselis
alágbèéká

galda spēle
eré pẹpẹ

metamais kauliņš
daisi

rotaļu dzelzceļš
àkópọ̀ ìkọ́ni àwọṣe

māneklis
dọmi

ballīte
ayẹyẹ

bilžu grāmata
ìwé àwòrán

bumba
bọ́ọ̀lù

lelle
bèbí

spēlēt
ṣeré

bērnu istaba - yàrá ọmọdé   43

smilšu kaste
kòtò yẹ̀pẹ̀

šūpoles
jangilofa

rotaļlietas
àwọn ìṣeré

spēļu konsole
kọ́nsolu ìṣeré fídíò

trīsritenis
ẹlẹ́sẹ̀ mẹ́ta

plīša lācītis
bèbí ọmọdé

drēbju skapis
ibi ìkaṣọsi

apģērbs
aṣọ

īszeķes
sọkisi

zeķes
sitọkin

zeķbikses
ṣòkòtò

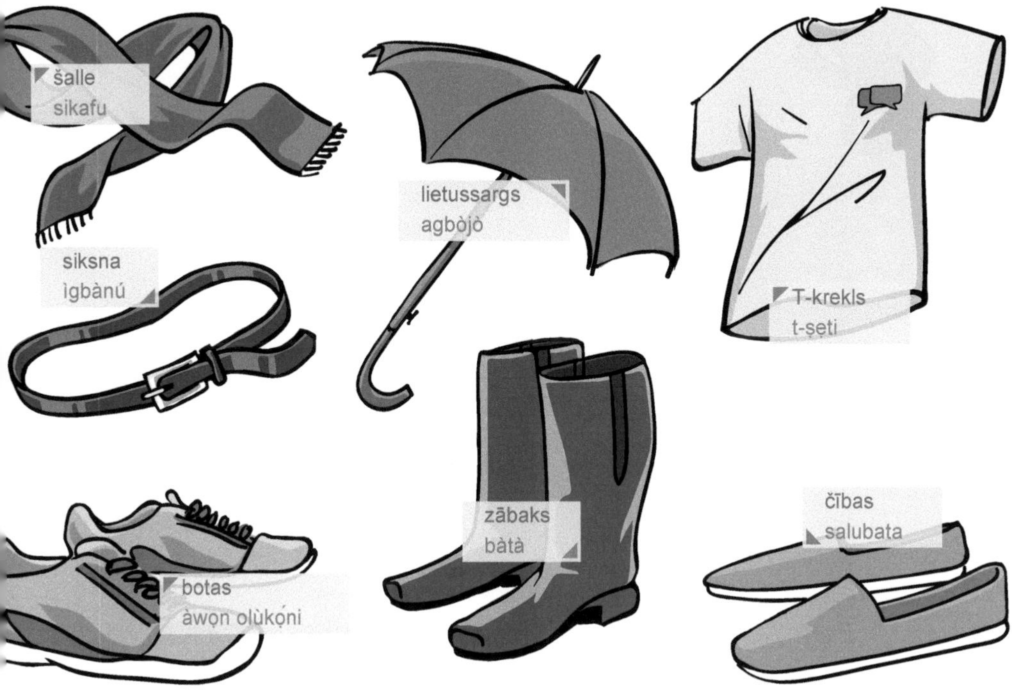

šalle
sikafu

siksna
ìgbànú

lietussargs
agbòjò

T-krekls
t-seti

zābaks
bàtà

čības
salubata

botas
àwọn olùkọni

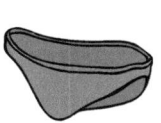

sandales
salubata

kurpes
bàtà

gumijas zābaki
bàtà òjò

apakšbikses
pátá

krūšturis
kọ́mú

apakškrekls
fẹsiti

apģērbs - aṣọ

bodijs
ara

bikses
ṣòkòtò

džinsi
kakí

svārki
sikẹti

blūze
bulausi

krekls
ṣẹti

pulovers
dúró

džemperis
ìbòrí

žakete
aṣọ òkè

jaka
aṣọ otútù

mētelis
kotu

lietus mētelis
aṣọ òjò

kostīms
ìmúra

kleita
wọṣọ

kāzu kleita
aṣọ igbéyàwó

46   apġērbs - aṣọ

uzvalks
sutu

naktskrekls
aṣọ àwọ̀sùn

pidžama
pijama

sari
sari

lakats
gèlè

turbāns
tọbanu

burka
bọka

kaftāns
kafitani

abaja
abaya

peldkostīms
aṣọ iwẹdò

peldbikses
aṣọ àwọ̀sókè

šorti
penpe

treniņtērps
kotu

priekšauts
aṣọ ìdáná

cimdi
ìbọ̀wọ́

apġērbs - aṣọ

poga • bọ́tìnnì

brilles • awò

rokassprādze • ẹgbà ọwọ́

kaklarota • ẹgbà ọrùn

gredzens • òrùka

auskars • gbígbọ́

cepure • filà

drēbju pakaramais • ìkọ́ kotu

platmale • àkẹtẹ̀

kaklasaite • tai

rāvējslēdzējs • sipu

ķivere • koto

bikšturi • bíresi

skolas forma • aṣọ ilé-ìwé

uniforma • yunifọmu

apġērbs - aṣọ

priekšautiņš
bibu

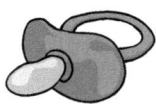

māneklis
dọmi

autiņbiksītes
ìlédìí

birojs
ọfisi

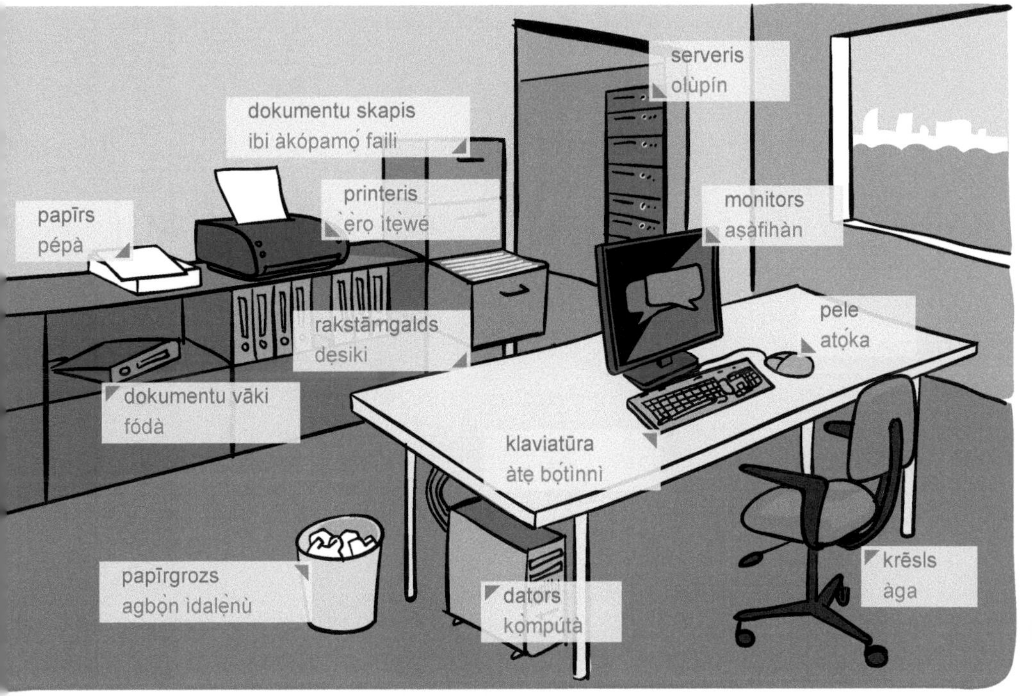

- papīrs — pépà
- dokumentu skapis — ibi àkópamọ́ faili
- printeris — ẹ̀rọ ìtẹ̀wé
- serveris — olùpín
- monitors — aṣafihàn
- pele — atọ́ka
- dokumentu vāki — fódà
- rakstāmgalds — dẹsiki
- klaviatūra — àtẹ bọtinnì
- papīrgrozs — agbọ̀n idalẹ̀nù
- dators — kọ̀mpútà
- krēsls — àga

kafijas krūze
ife kọfí

kalkulators
ẹ̀rọ iṣirò

internets
ayélujára

portatīvais dators — vēstule — ziņa
kọ̀mpútà àgbélétan — lẹ́tà — ifiránṣẹ́

mobilais tālrunis — tīkls — kopētājs
alágbèéká — nẹ́tíwọ̀kì — ẹ̀rọ ẹ̀dà

programmatūra — telefons — rozete
sọftwia — ẹ̀rọ ìbánisọ̀rọ̀ — ihò iná

 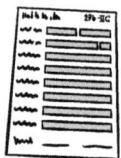 

faksa aparāts — formulārs — dokuments
ẹ̀rọ fakisi — fọ́ọ̀mù — ìwé àkọsílẹ̀

birojs - ọfisi

ekonomika
ọrọ̀ ajé

pirkt
rà

samaksāt
sanwó

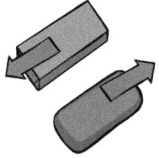
tirgot
ṣòwò

nauda
owó

dolārs
dọla

eiro
yuro

jēna
yẹni

rublis
rọbu

franks
Siwisi frans

juaṇa renminbi
renminbi yuan

rūpija
rupi

bankomāts
ibi owó

ekonomika - ọrọ̀ ajé　　51

		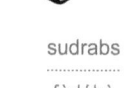
valūtas maiņas punkts ibi ìpàrọ̀ owó	zelts wúrà	sudrabs fàdákà

nafta epo	enerģija agbára	cena iye
		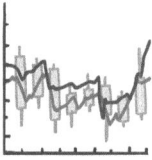
līgums àdéhùn	nodoklis owó orí	akcija ìpín ọjà

strādāt ṣiṣẹ́	darbinieks òṣìṣẹ́	darba devējs agbani síṣẹ́

fabrika ilé iṣẹ́	veikals ìsọ̀	

ekonomika - ọrọ̀ ajé

profesijas
àwọn iṣẹ́ ààyò

policists
ọ̀gá ọlọ́pàá

ugunsdzēsējs
panápaná

pavārs
adáná

ārsts
dókítà

pilots
awakọ̀ òfurufú

dārznieks
ológbà

galdnieks
gbẹ́nàgbẹ́nà

šuvēja
aránṣọ

tiesnesis
adájọ́

ķīmiķis
olóògùn

aktieris
òṣèré

autobusa vadītājs	taksometra vadītājs	zvejnieks
awakọ̀ èrò	awakọ̀ èrò	apẹja

apkopēja	jumiķis	viesmīlis
omidan agbálẹ̀	kanlékanlé	agbóunjẹ

mednieks	gleznotājs	maiznieks
ọdẹ	akunlé	olùṣe ìyẹ̀fun

elektriķis	celtnieks	inženieris
aṣàtúnṣe iná	akọ́lé	amojú ẹrọ

miesnieks	skārdnieks	pastnieks
alápatà	pulọmba	afiwé ránṣẹ́

profesijas - àwọn iṣẹ́ ààyò

karavīrs jagunjagun	arhitekts ayàwòrán ilé	kasieris akawó

florists olódòdó	frizieris aṣerun lóge	konduktors adarí èrò

mehāniķis aṣàtúnṣe ọkọ̀	kapteinis adarí	zobārsts olùtọ́jú eyin

zinātnieks onímọ̀ ijinlẹ̀	rabīns olùkọ́ni	imāms imamu

mūks mọnki	mācītājs òjíṣẹ́ Olọ́run	

profesijas - àwọn iṣẹ́ ààyò

instrumenti
àwọn irinṣẹ́

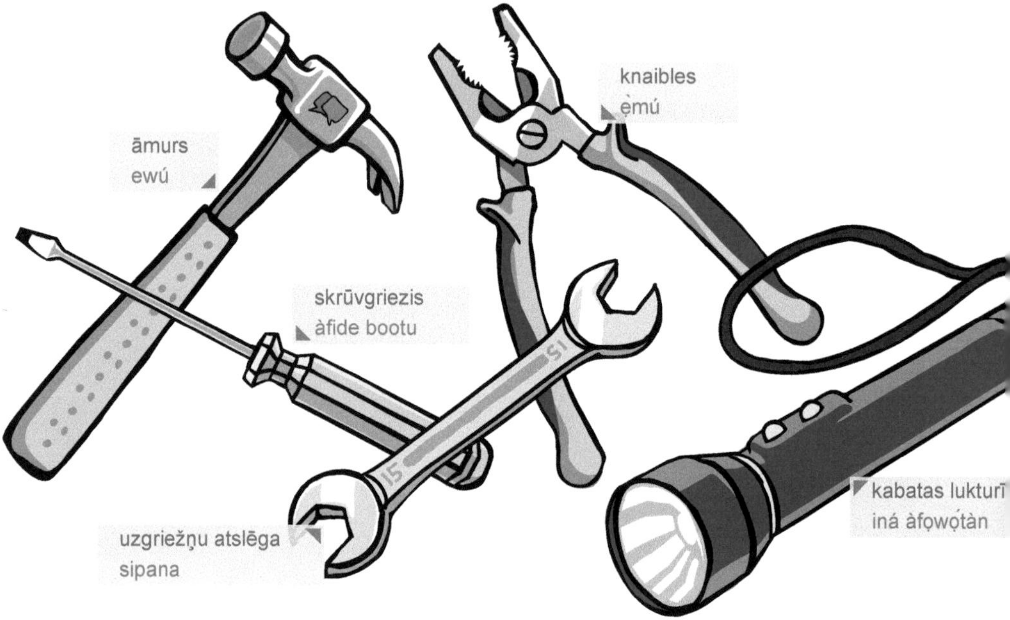

āmurs
ewú

knaibles
ẹ̀mú

skrūvgriezis
àfide bootu

uzgriežņu atslēga
sipana

kabatas lukturī
iná àfowọ́tàn

ekskavators

jiga

instrumentu kaste

àpótí irinṣẹ́

kāpnes

àgàsọ̀

zāģis

ayùn

naglas

èṣó

urbis

ìlu

remontēt
túnṣe

lāpsta
sọ̀bìrì

Velns!
Adágún!

liekšķere
igbá ìdọ̀tí

krāsas bundža
kòkò ọ̀dà

skrūves
bootu

mūzikas instrumenti
àwọn irinṣẹ́ orin

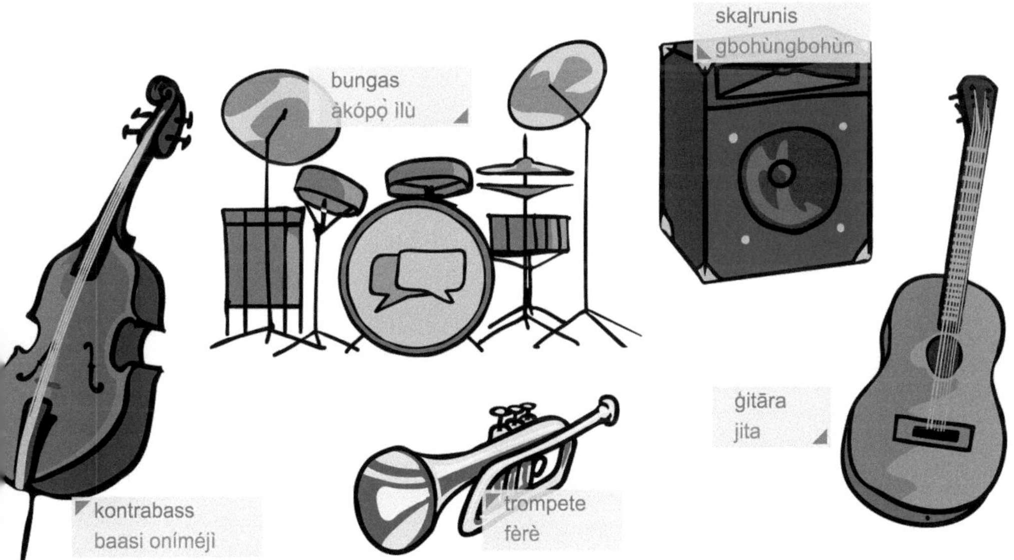

- skaḷrunis / gbohùngbohùn
- bungas / àkópọ̀ ìlù
- ġitāra / jita
- kontrabass / baasi onímẹ́jì
- trompete / fèrè

klavieres
dùrù

vijole
faolin

bass
baasi

timpāni
timpani

bungas
àwọn ìlù

digitālās klavieres
kiibọdu

saksofons
sasofonu

flauta
fèrè ìpè

mikrofons
ẹ̀rọ gbohùngbohùn

mūzikas instrumenti - àwọn irinṣẹ́ orin

zooloģiskais dārzs

ibi ẹranko

tīģeris
ẹkùn
ieeja
ìwọlé
būris
ibi ìhámọ́
zebra
àgbọ̀nrín
dzīvnieku barība
oúnjẹ ẹranko
panda
panda

dzīvnieki

àwọn ẹranko

zilonis

erin

ķengurs

kangaruu

degunradzis

raino

gorilla

ọ̀bọ lagido

lācis

biari

kamielis
kẹtẹkẹtẹ

strauss
ẹyẹ agùnlọrùn

lauva
kìnìún

pērtiķis
ọbọ

flamings
yojayoja

papagailis
ayékòótọ́

polārlācis
biari omi

pingvīns
pinguin

haizivs
ṣaki

pāvs
ọ̀kin

čūska
ejò

krokodils
ọ̀nì

zoodārza sargs
olùtọ́jú ibi ẹranko

ronis
sili

jaguārs
jagua

zooloģiskais dārzs - ibi ẹranko

ponijs
poni

leopards
ẹkùn

nīlzirgs
ẹran omi

žirafe
jirafi

ērglis
àṣá

meža cūka
ẹlẹ́dẹ́ igbó

zivs
ẹja

bruņurupucis
ìjàpá

valzirgs
wọrọsi

lapsa
kọ̀lọ̀kọ̀lọ̀

gazele
gasẹli

sports
àwọn eré ìdáraya

darbības
àwọn iṣẹ́

smieties
rẹ̀rín

lēkt
fò

apskaut
dìmọ́

iet
rìn

dziedāt
kọrin

sapņot
àlá

lūgt
gbàdúrà

skūpstīt
fẹnukò

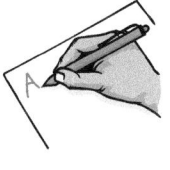

rakstīt

kọ̀wé

zīmēt

yàwòrán

rādīt

fihàn

spiest

tì

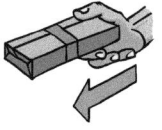

dot

funni

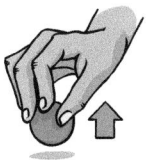

ņemt

mú

darbības - àwọn iṣẹ́

būt
ní

darīt
şe

būt
jẹ́

stāvēt
dúró

skriet
sáré

vilkt
fà

mest
jù

krist
şubú

gulēt
parọ́

gaidīt
dúró

nest
gbé

sēdēt
jókòó

uzģērbt
múra

gulēt
sùn

pamostīes
jí

darbības - àwọn iṣẹ́

skatīties
wo

raudāt
kígbe

glāstīt
ọ̀pá

ķemmēt
ìlarun

runāt
sọ̀rọ̀

saprast
lóye

jautāt
bèrè

dzirdēt
tẹ́tí

dzert
omi

ēst
jẹun

sakārtot
palẹ̀mọ́

mīlēt
ìfẹ́

vārīt
dáná

braukt
wakọ̀

lidot
fò

darbības - àwọn iṣẹ́

burot
ìgbín

rēķināt
ṣírò

lasīt
kàwé

mācīties
kọ́

strādāt
ṣiṣẹ́

precēties
gbéyàwó

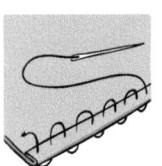

šūt
ránṣọ

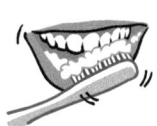

tīrīt zobus
fọ eyín

nogalināt
pa

smēķēt
mu sìgá

sūtīt
firánṣẹ́

darbības - àwọn iṣẹ́

ģimene
ẹbí

vecāmāte
ìyá ńlá

vectēvs
bàbá ńlá

tēvs
bàbá

māte
ìyá

mazulis
ọmọdé

meita
ọmọbìnrin

dēls
ọmọkùnrin

viesis
àlejò

tante
àbúrò ìyá

onkulis
àbúrò bàbá

brālis
arákùnrin

māsa
arábìnrin

ķermenis
ara

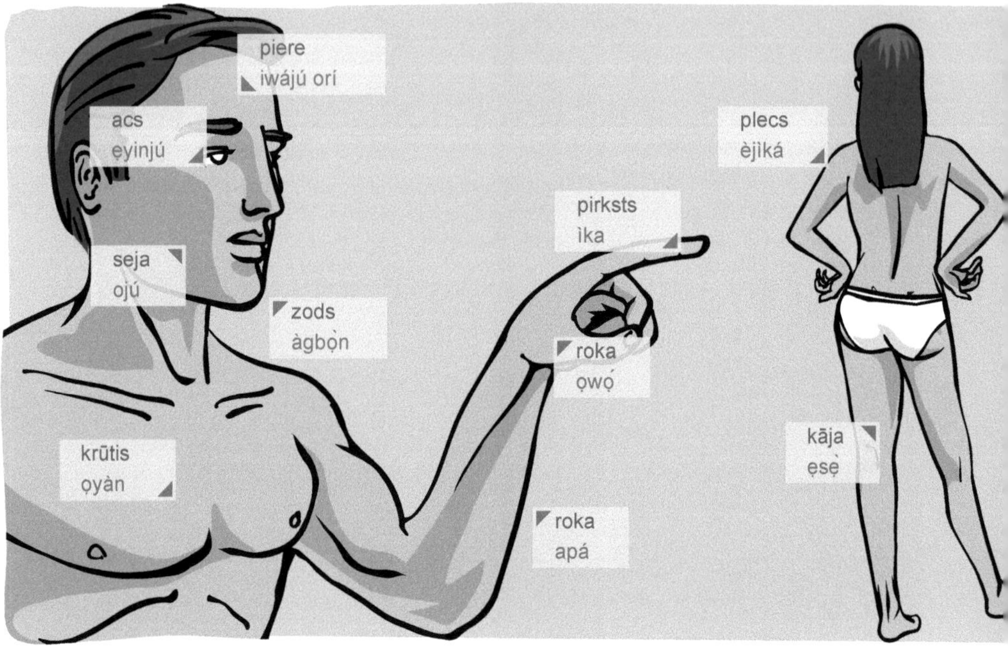

piere
iwájú orí

acs
ẹyinjú

plecs
èjìká

pirksts
ìka

seja
ojú

zods
àgbọ̀n

roka
ọwọ́

krūtis
oyàn

kāja
ẹsẹ̀

roka
apá

mazulis

ọmọdé

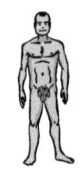

vīrietis

ọkùnrin àgbà

sieviete

obìnrin àgbà

meitene

obìnrin

zēns

ọkùnrin

galva

orí

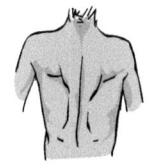

mugura
ẹ̀yìn

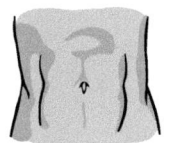

vēders
inú

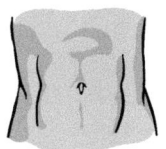

naba
ìdodo

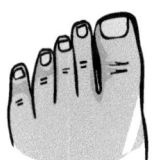

kājas pirksts
ìka ẹsẹ̀

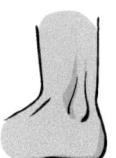

papēdis
ẹ̀yìn ẹsẹ̀

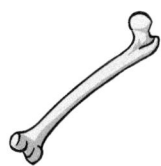

kauls
egungun

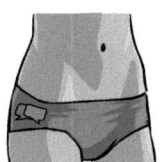

gurns
ìbàdí

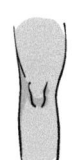

celis
orúnkún

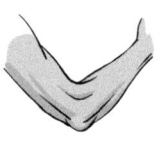

elkonis
ìgúpá

deguns
imú

dibens
ìdí

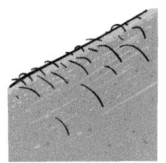

āda
awọ

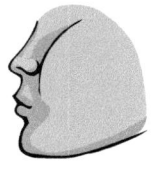

vaigs
ẹ̀rẹ̀kẹ́

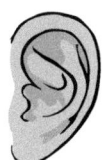

auss
etí

lūpa
ètè

mute
ẹnu

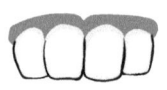

zobs
eyín

mēle
ahọ́n

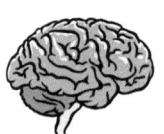

smadzenes
ọpọlọ

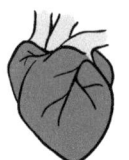

sirds
ọkàn

muskulis
iṣan

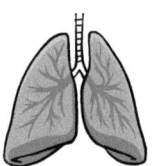

plaušas
ìfun

aknas
ẹ̀dọ̀

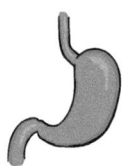

kuņģis
ikùn

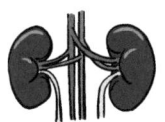

nieres
kíndirín

dzimumakts
ìbálòpọ̀

kondoms
rọ́bà àbò

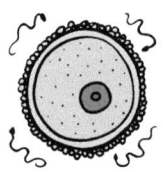

olšūna
ofumu

sperma
àtọ́

grūtniecība
oyún

ķermenis - ara

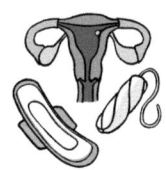

menstruācijas

ǹkan oṣù

vagīna

òbò

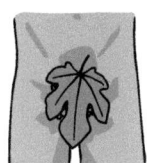

penis

okó

uzacs

ìpénpéjú

mati

irun

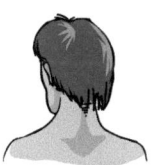

kakls

ọrùn

ķermenis - ara

slimnīca
ilé ìwòsàn

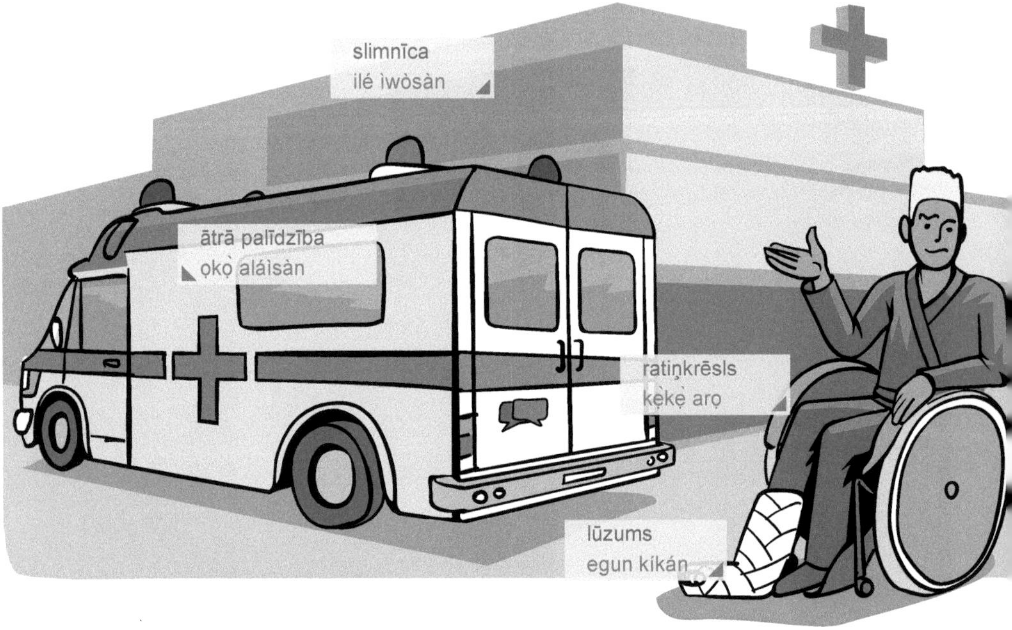

slimnīca
ilé ìwòsàn

ātrā palīdzība
ọkọ̀ aláìsàn

ratiņkrēsls
kẹ̀kẹ́ arọ

lūzums
egun kíkán

ārsts

dókítà

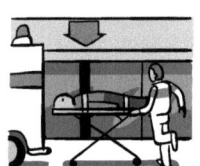

neatliekamās palīdzības nodaļa

yàrá pàjáwìrì

medmāsa

nọ́ọ̀sì

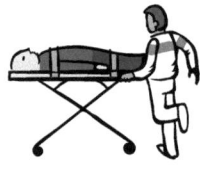

ārkārtas gadījums

pàjáwìrì

paģibis

dákú

sāpes

ìrora

72   slimnīca - ilé ìwòsàn

ievainojums
egbò

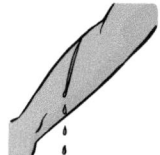
asiņošana
ẹ̀jẹ̀ dídà

sirdslēkme
àìsàn ọkàn

insults
rọpárọsẹ̀

alerģija
àlébù ògùn

klepus
ikọ́

temperatūra
ibà

gripa
ọfinkìn

caureja
ìgbẹ́ gburu

galvassāpes
ẹ̀fọ́rí

vēzis
jẹjẹrẹ

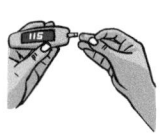
diabēts
ìtọ̀ ṣúgà

ķirurgs
alábẹ

skalpelis
abẹfẹ́lẹ́

operācija
iṣẹ́ abẹ

slimnīca - ilé ìwòsàn

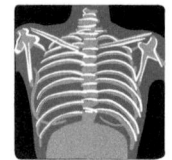
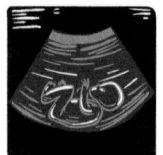

datortomogrāfija — CT — aṣọ ìbòjú

rentgents — x-ray

ultraskaṇa — ọtirasandi

sejas maska — aṣọ ìbòjú

slimība — àrùn

uzgaidāmā telpa — yàrá ìdúró

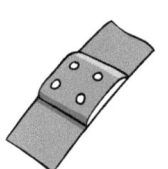

kruķis — ọ̀pá

plāksteris — àlẹ̀mọ́

apsējs — aṣọ àfiwé

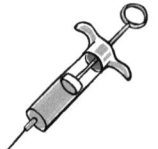
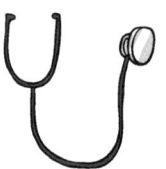
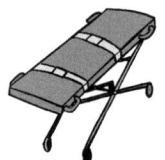

injekcija — abẹ́rẹ́

stetoskops — àyẹ̀wò èémì

nestuves — àtẹ aláìsàn

termometrs — ẹ̀rọ iwọ̀n oru ilé ìwòsàn

dzemdības — ìbí

liekais svars — ìsanrajù

slimnīca - ilé ìwòsàn

dzirdes aparāts ẹ̀rọ àfigbọ́rọ̀	dezinfekcijas līdzeklis apa kòkòrò	infekcija àkóràn

vīruss kòkòrò	HIV / AIDS Àrùn HIV / AIDS	zāles òògùn
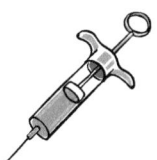	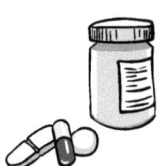	
pote àjẹsára	tabletes tabulẹ̀ti	pretapauglọšanās tablete òògùn
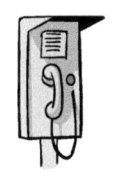		
ārkārtas izsaukums ìpè pàjáwìrì	asinsspiediena mērītājs atọpinpin ẹ̀jẹ̀ ríru	slims / vesels àìsàn / lera

slimnīca - ilé ìwòsàn

ārkārtas gadījums
pàjáwìrì

Palīgā!	trauksme	uzbrukums
Ìrànlọ́wọ́!	ìtanijí	ìluni
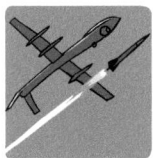		
uzbrukums	bīstamība	avārijas izeja
ìdójukọ	ewu	ìjáde pàjáwìrì

Uguns!	ugunsdzēšamais aparāts	negadījums
Iná!	panápaná	ìjàmbá
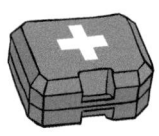		
pirmās palīdzības aptieciņa	SOS	policija
àpótí ìtọjú aláìsàn	SOS	ọlọ́pàá

zeme
Ayé

Eiropa
Yuropu

Ziemeļamerika
North Amerika

Dienvidamerika
South Amerika

Āfrika
Afirika

Āzija
Esia

Austrālija
Ọsirelia

Atlantijas okeāns
Atlantic

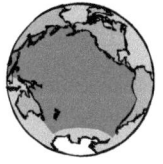
Klusais okeāns
Pacific

Indijas okeāns
Indian Ocean

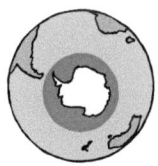
Dienvidu okeāns
Antarctic Ocean

Ziemeļu ledus okeāns
Arctic Ocean

Ziemeļpols
Òpó Ìlà Òrùn

zeme - Ayé

Dienvidpols

Òpó Ìwọ̀ Òrùn

Antarktika

Antarctica

zeme

Ayé

zeme

ilẹ̀

jūra

òkun

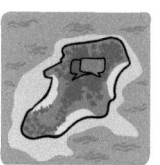

sala

erékùsù

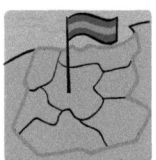

nācija

orílẹ̀-èdè

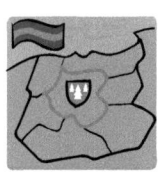

valsts

ìpínlẹ̀

pulkstenis
aago

ciparnīca
ojú aago

stundu rādītājs
ọwọ́ wákàtí

minūšu rādītājs
ọwọ́ ìṣẹ́jú

sekunžu rādītājs
ọwọ́ ìṣẹ́jú àáyá

Cik ir pulkstenis?
Kíni aago sọ?

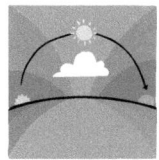
diena
ọjọ́

laiks
àkókò

tagad
báyìí

digitālais pulkstenis
aago onínọ́mbà

minūte
ìṣẹ́jú

stunda
wákàtí

nedēļa
ọ̀sẹ̀

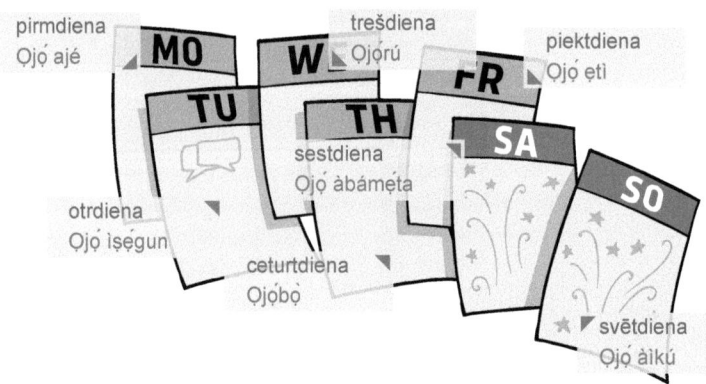

pirmdiena — Ojọ́ ajé
otrdiena — Ojọ́ ìṣẹ́gun
trešdiena — Ojọ́rú
ceturtdiena — Ojọ́bọ̀
piektdiena — Ojọ́ ẹtì
sestdiena — Ojọ́ àbámẹ́ta
svētdiena — Ojọ́ àìkú

vakardien
àná

šodien
òní

rītdien
ọ̀la

rīts
àárọ̀

pusdienlaiks
ọ̀sán

vakars
ìrọ̀lẹ́

darbadienas
àwọn ojọ́ iṣẹ́

brīvdienas
ìparí ọ̀sẹ̀

nedēļa - ọ̀sẹ̀

gads
ọdún

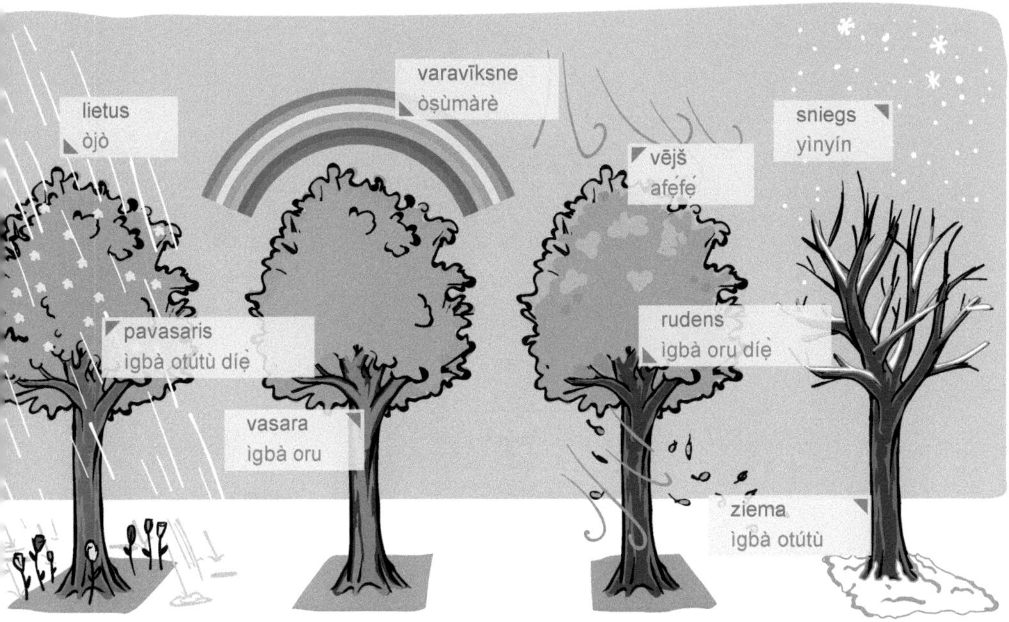

lietus
òjò
varavīksne
òṣùmàrè
vējš
afẹ́fẹ́
sniegs
yìnyín
pavasaris
ìgbà otútù díẹ̀
rudens
ìgbà oru díẹ̀
vasara
ìgbà oru
ziema
ìgbà otútù

4.APRIL 11°
5.APRIL 4°
6.APRIL 13°
7.APRIL 8°
8.APRIL 10°

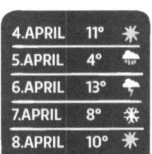

laika prognoze

ìsọtẹ́lẹ̀ ojú-ọjọ́

F
C
120
90
60
30
0
-30
40
30
20
10
0
-10
-20

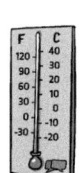

termometrs

ẹ̀rọ ìwọ̀n oru

saules gaisma

ìtànsán òrùn

mākonis

òfurufú

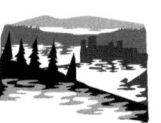

migla

ọ̀pọ̀lọ́

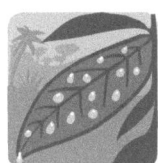

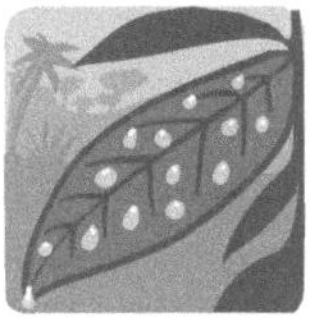

gaisa mitrums

ọ̀gìnniti

zibens / iná

pērkons / àrá

vētra / ìjì

 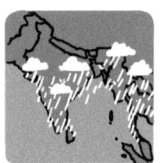 

krusa / kùrukùru

musons / afẹ̀fẹ́

plūdi / àgbàrá

ledus / omi dídì

janvāris / Ọṣù kínní

februāris / Ọṣù keji

marts / Ọṣù kẹẹ̀ta

aprīlis / Ọṣù kẹẹ́rin

maijs / Ọṣù kaàrún

jūnijs / Ọṣù kẹfà

jūlijs / Ọṣù keèje

augusts / Ọṣù keẹ̀jọ

gads - ọdún

septembris
Oṣù kẹẹ́sán

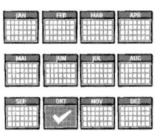
oktobris
Oṣù keẹ̀wá

novembris
Oṣù kọkànlá

decembris
Oṣù kejìlá

formas
àwọn ìrísí

aplis
róbótó

kvadrāts
onígun mẹ́rin dọ́gba dọ́gba

četrstūris
onígun mẹ́rin

trīsstūris
onígun mẹ́ta

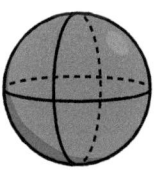
lode
sifia

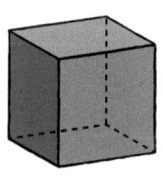
kubs
kubu

krāsas
àwọn àwọ̀

balts
funfun

dzeltens
yẹlo

oranžs
olómi ọsàn

sārts
pinki

sarkans
pupa

lillā
pọpu

zils
bulu

zaļš
aláwọ̀ ewé

brūns
buranu

pelēks
rẹ́súrẹ́sú

melns
dúdú

pretstati
òdì

daudz / maz
ọ̀pọ̀ / níwọ̀nba

saniknots / miermīlīgs
bínnú / farabalẹ̀

skaists / neglīts
rẹwà / òbùrẹwà

sākums / beigas
bíbẹ̀rẹ̀ / òpin

liels / mazs
ńlá / kékeré

gaišs / tumšs
mọ́lẹ̀ / dúdú

brālis / māsa
arákùnrin / arábìnrin

tīrs / netīrs
mímọ́ / dọ̀tí

pilnīgs / nepilnīgs
parí / àìparí

diena / nakts
ọjọ́ / alẹ́

miris / dzīvs
kú / àyè

plats / šaurs
fẹ̀ / tínrín

| baudāms / nebaudāms | nikns / laipns | satraukts / garlaikots |
| jíję / àìlèję | ibi / dára | dunnú / sísú |

| resns / tievs | pirmais / pēdējais | draugs / ienaidnieks |
| tóbi / tínrín | àkọ́kọ́ / ìgbẹ̀yìn | ọ̀rẹ́ / ọ̀tá |

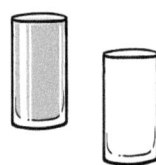  

| pilns / tukšs | ciets / mīksts | smags / viegls |
| kún / ṣófo | le / rọ̀ | wúwo / fúyẹ́ |

| izsalkums / slāpes | slims / vesels | nelegāls / legāls |
| ebi / òhùngbẹ | àìsàn / lera | tàpá sófin / bá òfin mu |

 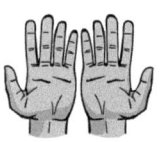 

| inteliģents / dumjš | kreisais / labais | tuvu / tālu |
| ọlọ́gbọ́n / òmùgọ̀ | òsì / ọ̀tún | tòsí / jìnnà |

pretstati - òdì

jauns / lietots
tuntun / àlòkù

nekas / kaut kas
àisí nkan / níní nkan

vecs / jauns
arúgbó / ọ̀dọ́

ieslēgts / izslēgts
tàn / kú

atvērts / slēgts
ṣí / padé

kluss / skaļš
dákẹ́ / pariwo

bagāts / nabags
lọ́rọ̀ / tòsì

pareizi / nepareizi
tọ̀nà / àitọ̀nà

raupjš / gluds
àidán / dán

noskumis / laimīgs
banújẹ́ / dunú

īss / garš
kúrú / gùn

lēns / ātrs
lọ́ra / yára

slapjš / sauss
tutù / gbẹ

silts / vēss
lọ́wọ́rọ́ / otútù

karš / miers
ogun / àlàfíà

skaitļi
nọ́mbà

0 nulle / òdo

1 viens / méní

2 divi / méjì

3 trīs / mẹ́ta

4 četri / mẹ́rin

5 pieci / márùún

6 seši / mẹ́fà

7 septiņi / méje

8 astoņi / mẹ́jọ

9 deviņi / mẹ́sàán

10 desmit / mẹ́wàá

11 vienpadsmit / mọ́kànlá

12
divpadsmit
méjìlá

13
trīspadsmit
mẹ́tàlá

14
četrpadsmit
mẹ́rìnlà

15
piecpadsmit
mẹ́dogun

16
sešpadsmit
marundinlógún

17
septiņpadsmit
mẹ́tàdínlógún

18
astoņpadsmit
méjìdínlógún

19
deviņpadsmit
mọ́kàndínlógún

20
divdesmit
ogún

100
simts
ọgọ́rùún

1.000
tūkstotis
ẹgbẹ̀rún

1.000.000
miljons
miliọnu

skaitļi - nọ́mbà

Valodas
àwọn èdè

angļu — Gẹ̀ẹ́sì

amerikāņu angļu — Gẹ̀ẹ́sì Ilẹ̀ Amẹ́ríkà

ķīniešu mandarīnu valoda — Mandarini Șaina

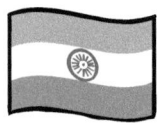 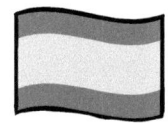 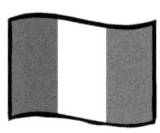

hindi — Hindi

spāņu — Sipaniși

frančù — Faransé

 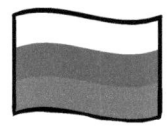 

arābu — Lárúbáwá

krievu — Roșia

portugāļu — Pọtugi

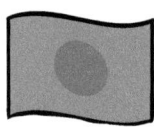  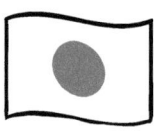

bengāļu — Bẹngali

vācu — Jamani

japāņu — Japanisi

kas / ko / kā
tani / kínni / báwo

es
Èmi

tu
ìwọ

viņš / viņa
ọkùnrin / obìnrin / nkan

mēs
àwa

jūs
ìwọ

viņi / viņas
àwọn

kas?
tani?

ko?
kínni?

kā?
báwo?

kur?
níbo?

kad?
nígbà wo?

vārds
orúkọ

kur
níbo

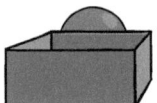

aiz
lẹ́yìn

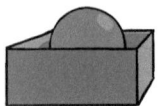

iekšā
inú

priekšā
níwájú

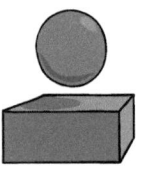

virs
lókè

uz
lórí

zem
lábẹ́

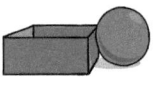

blakus
lẹ́gbẹ̀ẹ́

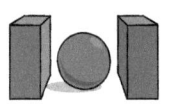

starp
láàrín

vieta
ibi